10486 baalaa moodini

deineini suurayaakhyud'u

బాలా మోహిని

ఒక్క మనవి

ఒజ్జలారా !

మొదటి తరగతి బడులలో [illegible]దేఁగించు చిన్నవారలకు పాటల మూలమున బుద్ధు లలవఱచుట ముఖ్యమగు కర్తవ్యముగాఁ దలంచి మా రేంజి పాఠశాలల పరీక్షాధికారియగు [illegible]. శ్రీయుత చిట్టూరు చంద్రశేఖర గుప్త, బి.ఏ., ఎల్.టి. గారు ప్రేరేపించుటచేత చల్లపల్లిలోఁ గల శ్రీమంతు రాజా మాధ్యమిక పాఠశాలలోఁ దెలుఁగు పండితుఁడగు శ్రీయుత దేవినేని నాగయ్యగారు తేలికయగు [illegible] లోని తేటయగు వాడుక మాటలతోఁ గొన్ని పాటలు కూర్చి "బాలామోదిని" అను పేరిట నొక చిన్ని పొత్తము వ్రాసిరి.

మఱియు నా పాటలు పాఠ్యనియమముగఁ బాడుకొనుట కనువుగా నుండునటుల నా సహాయుఁడగు శ్రీ ఆకుల నాగభూషణముగారు స్వరములు చేయుటకుఁ జాల తోడుపడిరి.

ఇట్టి గీతిని వెల్లడిఁజేయుట చాల యావశ్యకమనియు, లోకులకు మేలొదవు చెయ్వము నాచరించుటయే మానిసి పుట్టువునకుఁ దగిన పని యనియుఁ, దలంచి తెగువఁబూని యిచ్చోఁ గూర్పించి మీ కరములం దిడినాఁడ.

కాన మీరీ చిన్ని పొత్తమ్మును మీ బడులలో వాడుకొని మంచి గీతివలనఁ గలుగు మేలుఁ గాంచుటయే గాక మా [illegible] సంతోషముఁ జేకూర్పఁగలందులకుఁ గడు నడఁకువతోఁ [illegible] వేఁడుచున్నాఁడ.

ఇట్లు,

చినకళ్ళేపల్లి,
16-7-22.

మీ యెడఁ గడు నడఁకువ మెలఁగెడు

నొజ్జ,

[illegible] సోమరాజులు.

బాలామోహిని

ఇది వలయువారిదిగువ విలాసమునకు వ్రాయుండు

తెంగిగాల కామేశ్వరరామయాజులు,

చివర క్లీపల్లి (పోష్టు, చల్లపల్లి).

శ్రీ

కృష్ణగురు పరబ్రహ్మణేనమః

శ్రీ బాలామోదిని.

గీ॥ ఏవిధమున మొదలుఁ దుద • నింతవగకు
నందనీక కలఁదు లేఁడ • టంచు నెట్టి
ఘనులకును ప్రపరితింపఁ • గలుగఁజేయు
నట్టి దేవుండొసంగు మా • కభ్యుదయము ॥

జంఝూటి రాగము — చతురశ్రగతి.

(బహోత్ బహోత్ అను మాదిరి.)

వినాయక ప్రార్థనము.

ధసా - ధసా - ధసా -

నమో-నమో-నమో-

సరిగాగీ-ససనాస-గీసానిదా ॥

గణనాథా-సుగుణాస-నాథానమో॥న॥

నీదానిసససాస-రిమాగ-గరిసాస

1. బాధితరిపుగణ-సాహిత-సురగాణ ।
గాగ్గాగ-గారిగమా-గారి ॥ సససాస ॥
సాక్షిత-జ్ఞానా నమో-నాథా ॥ సుగుణాస ॥ నా ॥

2. త్రిగుణాసహిత-త్రిగుణరహిత
త్రిగుణాతీతా ॥ నమో ॥ నాథా సుగుణాస ॥ నా ॥

3. విద్దెలకెల్ల నీ-వే విభుడవనీ ।
గద్దికతో గొల్తుము నాథాసుగుణాస ॥ నా ॥

4. మా పనులందునే-లోపములా నిక ।
కాపాడుచునుండుము ॥ నాథాసుగుణాస ॥ నా ॥

5. ధరణిలో శ్రీతిక్ర-పురమున వెలసిన ।
పరమేశతనయా ॥ నమో ॥ నాథాసుగుణా ॥ నా ॥

బిలహరిరాగము — త్రిశ్రగతి.

(రామసీతారామ అను మాదిరి.)

సరస్వతీ ప్రార్థనము.

దరిసాసనిదనిపా-పపపదనిధపా-మగరి ।
వరణీయజారణీ-నుతిజైవతుముగీ-ర్వాణీ ।

గీగాగపాప-గాపదధరిసా ॥ దరిసా ॥
మావాంఛదీర్చ్యమాఘున నెపకే ॥వలణే॥
దాదసాససరిగా_గససరిగరిసస_దపదా ।
1. ఆదరించుమాతల్లీ-సకలాశ్రితకల్ప-వల్లీ ।
దపదరీరి-దసదసాస-పదపదాద-గగగపాద
వేదవల్లి-వినుతులల్లి-వెలసెదొల్లి-సురమతల్లి
॥ దరిసా ॥
॥ వలణే ॥
2. బాలురమగు మా-ప్రార్థన వినుమా ।
కరుణగనుమ-కసరకుసుమ-శరములిడుమ-వదల
ము సుమ ॥ వా ॥
3. ఇలచక్రపురము-నందు-వెలసి కృపారసము ।
జిలికి మమ్ము-గలిసి యిమ్ము-తెలివికిమ్ము-గల
పథమ్ము ॥ వలణే ॥

జంఝూటి రాగము — త్రిశ్రగతి.
(శ్రీ-హై-మా-వతీ- అను మాదిరి.)
ప్రాతఃకాల దైవ ప్రార్థనము.

మా-పా-మాపదా-నిదసా-పాదసనిద-
ఓ-ప-రా అ ఆ త్ప అ రా-పాపహరణ-

పదపమాగమా-గాగరిసరిసా-

ప అ అ లింపుమా-బాలకులగుమా-

గాగరిగరిసా ॥మా॥

ప్రార్థనవినుమా ॥ఓ॥

1. భ-క్త-వ-త్సలా-పరమసుగుణ-జాలసుశీలా ।
ధర్మసుచేలా-పలుకవదేలా ॥ఓ॥

2. దీ-న-పో-షకా-దేవతా మనోవిహారకా ।
పూని మమ్మికన్-బ్రోవుమోపికన్ ॥ఓ॥

3. ధా-రు-ణీ-స్థలిక్-శక్రపురమునందు వెలసినా ।
దైవశేఖరా-మము బ్రోవు మీశ్వరా ॥ఓ॥

బ్యాండుస్వరము — చతురశ్రగతి.

(విరజాజి మల్లెపూలా అను మాదిరి.)

సాయంకాల దైవప్రార్థనము.

సామపదనిదదాపా-మగమగరి-

ఓదయఅమయరూపా-మహ[illegible]-

గమపదమగమా-మగగారి-గమపద-మగమా-

తగుణాకలఅపా-విసతోత్క-ర విగత-పలపా.

గరిరీస-సరిగారీసా_నిసరిమ॥ పా॥
మమునోము లోకకోద్ధిపా-నిరతము॥ నో॥

1. ఉదయంబు మొదలి ఎంకు-ముదమంద నన్నిట
మాకు । మే-పాదవించితివని నీకు-కేద్దోయి
మోష్టమిటునాకు- మముపియ ॥నో॥

2. ఆరోగ్య మిటు దయచేసి- మా- నేరములు పెడ
బ్రోసీ । ఓ సూరిజన హృద్వాసి- దయజూపు
మా మముడాసి- నిరతము ॥నో॥

3. ధరలోన తిక్రపుంసి- సు- స్థిరముగ నెలకొంటేవ
నీ । పరమాత్మ నిన్నే మదిసి- స్మరియించెదము
బ్రోతువని॥ నినుమది ॥నో॥

హిందూస్థాని కాఫీ రాగము — త్రిశ్రగతి.

(శతహాయునే శతకుజనే అను మాదిరి.)

ప్రాతఃకాల గురు ప్రార్థనము.

ససససని-నినినినిద-పదపసనిదప ।
గురువరమిడ-చరణములకు-శరణు జేతుము ।
పదనిదాప-మాగరిసని-పామగారిసా ॥సప॥
స్థిరకృపార-సంబునను ఆ-శీర్వదింపుమూ॥ గురు॥

1. మంచిచెడ్డ-లెరుగనట్టి మూఢమతులము ।
మంచిబుద్ధు-లొసగిమమ్ము-మన్నింపుము ॥గు॥
2. విద్యలోని-మర్మములను-విశదపఱుపుము ।
సద్యశంబు గాంచునట్టుల-సదయ గాంచుము॥గు॥
3. ధరణిలోన చక్రపురీ-శ్వరుని మహిమము ।
యెఱుగు[illegible]-యెఱుకనిడి-యేలుమామము॥గు॥

బ్యాండుస్వరము — రూపకతాళము.

(గత మోహాశ్రితపాలా అను మాదిరి.)

సాయంకాల గురు ప్రార్థనము.

సరిససనీ-సరిగగరీ-పమగారిగ-సరిసా ।
గురువరవం-దనములు గై-కొనుమాకృప-గనుమా।
పపపాదిప-మగమమపమ-గరిగాగప-
కరుణాలో-కనమున మము-కనుధన్యుల
మగరీరిరి ॥ సరి ॥
గఅజేసిన ॥గురు॥

1. అజ్ఞానము దొలగించియు-సుజ్ఞానము నొసగి ।
ప్రజ్ఞావంతులజేసిన-పరమదయాళుఁడవగునో॥గు

2. మీ యానతి పాఠములను-మేము పఠనజేసి ।
ఓ యనఘాత్మ రేపటి-యుదయంబున నరు
దెంతుము ॥గురు॥

3. మా లోపములెల్లను క్ష-మాపణమును జేసి ।
చాల కరుణ నేలగ మిము-సవినయముగ ప్రా
ర్థింతుము ॥గురు॥

4. వాసిగ శ్రీ తక్రపురీ-వాసుని దయచేత ।
ఓ సద్గురువర మిమ్ముల-నుదయంబున గాంచ
గలము ॥గురు॥

ఖరహరప్రియరాగము — చతురశ్రగతి.

(సోదర నా సీతా అను మాదిరి.)

శ్రీశివశాస్త్రిగారి ప్రార్థనము.

పాపాప-పదనీదా పా-మాగా పా-మగరిసరీ ।
మాజార్జి-విశ్వభూ నేలూ-మాదై వా-రఅఅఅయా ।
నీదనీదాపపాపదసా-నీదమా-
మాజనకునివలె ఎప-మమ్ములా-
మపదసనిదపా ॥ పా ॥
బ్రోఒఒచెవెడీ ॥మా॥

1. కూరిమి మాకను-కూలాముగాఁగ ।
ఊరూరపాఠశాల-లునిచెను దయతోన్ ॥మా॥

౨. సకలసౌఖ్యంబులు-సమకూర్చుచుండెఁ ।
అకలంకదృష్టితో మ-మ్మాదరించుచుండెఁ
॥ మా ॥

౩. భూతలమునతెక్ర-పురమున వెలసిన ।
భూతనాయక పరి-పూర్ణ కృపారఁ ॥ మా ॥

బిలహరిరాగము — త్రిశ్రగతి.

(తప్పు క్షమియింపుమయ్యా అను మాదిరి.)

తల్లిదండ్రుల ప్రార్థన.

రిపమాగ:గారిగమా-గరిసాస-దాసరిమగరీ ।
తల్లిదండ్రులారమమ్మా-దయతోఁడ-దీవింపుడిఇ-ఈ

పాపపప-పాపదనిద-పదపమమగ-
యుల్లమలర-దండమిడెద-మెల్లకాలము-

గారిగమా ॥ రి ॥
భ_క్తితోఁడా ॥త॥

1. మామేలేమదిగోరుచు-మమ్మెపుడు గాపాడుచు
నోముచుండు మీ ఋణము-నేమాడ్కిని దీర్ప
గలము ॥ త ॥

2. మాకు విద్యాబుద్ధు లొసగ-మంచిగురునకొప్ప
గించి । సాకుచుండు మీకు నమ-స్కారము
గావించెదము ॥ త ॥

3. ధరణిలోన తక్రపుర-వరమునందు నెలకొనిన ।
పరమేశ్వరుకరుణకుమము-పాత్రులుగా నొనరిం
పుము ॥ త ॥

బ్యాండుస్వరము.

(రాజరాజ గజాననం అను మాదిరి.)

పరీక్షానంతర దైవప్రార్థనము.

గాగగమగ-రిసరిసా-సాసరీని-సారిగసరి ॥ గా ॥

1. శ్రీకరకరు-ణఅకరా-సేవకారక్షాకరఒఒ ॥ శ్రీ ॥
సరిగాగగ-రిగమామమ-గమపాధపమగరీ ।
విజయంబిటు-పఅరీక్షలో-కనువేడుకనొసగి ।
పదప-మపమ-గమగ-రిసరి ॥ గా ॥
విమల-యశము-ప్రమద-మిడిన ॥ శ్రీ ॥

౨. ప్రతివత్సర మీ విధమున-తర-గతిని గెల్వ శ్రీ
యుమా । సతతంబును హృ-దయంబున నిను-
సంస్తుతింతుము। విగత-దురిత-విమల-చరిత ॥ శ్రీ॥

౩. భానత్రక్షపురవరా-ని-వాసమమ్ముబ్రోవరా శ్రీ ।
సతదాసగురు వి-కాస చిద్విలాస శ్రీధరా ।
పరమ-కరుణ। పతిత-హరణ ॥ శ్రీ ॥

మాయామాళవగౌళరాగము — చతురశ్రగతి.

[illegible]

పరీక్షాధికారులకు [illegible].

సాగామ-పాదామపా-పాపససానిధాపామ ।
ఓవిద్య-శాఖాధిపా-మీకు గురుభక్తివందన ।
మదపామ-గారిసని ॥ సా ॥
మొనరింతు-మందుకొను ॥ డో ॥

సాపపసానిసా-సానససనిదనిసా-
1. మాచదువిప్పుడే-మాడ్కి-గనుండెనో ఓ.
సాసానీపదపామా
చూచీ మాహృదయా సం

ధాపామగారిస ॥ సా ॥

కోచామునగాన్నిస ॥ పే ॥

2. ప్రతివత్సరమిటు-పరీక్ష జేసియు ।

అతులితప్రోత్సాహ-మందజేయుచుండు ॥నో॥

3. ధరణిలో శ్రీ తక్రి-పురమున వెలసిన

పరమేశ్వరుండు శు-భంబు మీకొసగుత ॥నో॥

శంకరాభరణరాగము—త్రిశ్రగతి.

(శైవశేఖరా అను మాదిరి.)

దర్శకులకు స్వాగతము.

దనధసారిగా-గగమపమాగరి ।

జయముగల్గుతిక్-విజయముగల్గుతన్ ।

సరిగరిరిగ-సారిసాని-దాధపధనిసా ॥ దన ॥

జయకరుడగు-దేవదేవు-సత్కృపామహిమన్

1. మా క్షేమమ్ముక్-మీ-మానసంబునన్ ।

ఏక్షణమునుగోరుచుండు-డీవిధంబునన్ ॥జయ॥

2. మాకుమీకునుక్-సం-బంధమింతయుక్ ।

లేకయున్న ప్రేమతో-నవ-లోకించిరా ॥జయ॥

8. ధరణీతలమునఁ-శ్రీ-పురమునందునఁ ।
బరగు దేవదేవుఁడుము-బాలించుతఁ ॥జయ॥

ఇంగ్లీషు స్వరము — చతురశ్రగతి.

(రామా రామా రామా శ్రీ అను మాదిరి.)

బడినుండి యింటికిఁ బోవునప్పుడు పాడుకొనునది.

సాగగ-సాగగ-గామగరీ-రిపాపమగారి ।
సోదర-యింటికి-బోదమురా-వివాదములేల ।

సరీసనిసా ॥సా॥
వ్రిమాదమురా ॥సో॥

సాససససని-దదనిదపా-
శ్రీదయితునిమది-గొలువుమురా-

పపాదాపమమా_మపమగగీ ॥సా॥
మీసేవమ్ముగమే_లొదవునురా ॥సో॥

1. ఏజోలిఁ బోఁకూడదురా-అందు-చే జగడంబులు
గెలుగునురా । బాజారులబడి తిరుగకురా-అప
వాదులు చాలఁగ వచ్చునురా ॥సో॥

2. గురుసూక్తుల గుం నిల్పుమురా-అను-కూల
ముందు చే , కూరుమురా-పరుసదం పునుము లాడ
కురా-నీ-పరు నందువలన బోవునురా ||సో||

3. అల్లరి పిల్లల గూడకురా-నీ-కల్లరందుచే వచ్చు
నురా । కల్లగాదు మది నమ్మమురా-మంచి-
పిల్లల నేస్తము జేయుమురా ||సో||

4. పెద్దలయెడ భయముంచుమురా-నీ-కిద్దియె మే
లొసగూర్చునురా । హద్దుగలిగి వర్తించు
మురా-యే-రద్ది మాత్రము దేకుమురా||సో||

5. తక్రిపురీశుని గొల్వుమురా-స-త్యంబు దప్పక
మెలంగుమురా-అక్రిమ మెప్పుడు గూడదురా-
నీ-వీ క్రియ మెలగుట శ్రేయమురా ||సో||

జంఝూటి రాగము— త్రిశ్రగతి.

(రామా మామీద దయాలుంచుమా అను మాదిరి.)

బడికి వెళ్ళునపుడు పాడుకొనునది.

రీమగరిసాసా-సాగిమపపామమా-గరి || రీ ||
వేళయిందిపోయే-బయల్-వెడలిరావో యూ-బడి||వే

మామమామ-పాపపమ-పదనిసిదపా ।

1. వేళకేగు-చున్న మనము-వెలయుచుందుమూ।
సిదసిద-పాపమామ-గగమ-పపమమాగరి ॥రీ॥
వేళకేగ-కున్న చాల-వెనుక-బడుదుమూ బడి॥వే
2. మొదటిగంట గొట్టువరకు-ముందుగ మనము ।
ముదముతోడ వెళ్ళుచున్న-నొదవును ఫలము
బడి ॥ వే ॥
3. పాలుమాలిపట్టులైన-పాఠములోవు ।
మైలవానిరీతిగాంగ్రు-మార్కులురావుబడి॥వే॥
4. గురువుగారు మనలఁజూచి-కోపగింతురు ।
తరగతిలో బాలకులు-పరిహాసింతురు బడి ॥వే॥
5. వాగుసేతువేలప్రొద్దు-చాలమించెను !
సాగిరమ్మతోడివారు-సాగుచుండెను బడి ॥వే॥
6. ధరణిలోన త్రిపురీ-శ్వరుని మహిమము ।
స్మరణజేసికొనుచు మనము-సాగిపోదము బడి॥వే॥

మద్రాగ మంగళహారతి.

(మంచి వరుయా మిదరార అను మాదిరి.)

మాగారిరిసాసా-దా-రీసాదానిపరీరిరీ ।
హారతిదిగోరా-గై-కోరా శ్రీరామమంగళ॥హా॥

1. మామమమమమా-పాపపాపపా-దాదదాపమప
పారతిరమహో-దారసత్కృపా-పారనీకు చక్రి
గాగగారిసరి ॥ మా ॥
వాక రాగమున ॥ హా ॥

2. హాటకచేలా-త్రి-కూటస్థఖేలాత్మ ॥ హా ॥
హాటకాక్ష గ-ర్వాపహారణ ఖగ-ఘోటనీకు
జం । ఝూటిరాగమున ॥ హా ॥

3. ఖేచరవినుత-సం-కోచరహిత సుర ॥ ఖే ॥
ఖీ చతురజితవి-రోచనాత్మజ కృ-పాచణాత్మ ఖ
మాచిరాగమున ॥ హా ॥

4. దీపితరూపా-సు-ధీజనాలాపా-నం ॥ దీ ॥
పాపదనుజ సం-తాప సద్గుణ క-లాప నీకిదే
కాఫిరాగమున ॥ హా ॥

5. వాణీశస్తోత్రా-రు-ద్రాణీనుతగాత్రా-గీ-ర్వా ॥
రాణసుగుణ జిత-బాణత్రిజగ సం-త్రాణనీకు క
ల్యాణి రాగమున ॥ హా ॥

6. భాసుర శక్ర-పుర-వాసాధృతచక్రి-సం ॥భా॥
దానజన మనోల్లాన మానిహృద్వా-సనీకు ధ ।
న్యాసిరాగమున ॥ హా ॥

జంఝూటిరాగము — చతురశ్రిగతి.

మంగళహారతి.

(హారతి బృందావనీ అను మాదిరి.)

సానాస-రీసానిదా-రిరీగరి ॥ సా ॥
హారతి-లోకేశ్వరా-కృపాకర ॥ హా ॥
మామమ-పాపపా-మమమాప-మాగమా ।

1. సూరి మ-నోహరా-సుగుణా ర-త్నాకరా ।
పామపా మాగమా-గారిగా-రీసనా ॥ సా ॥
కోరితి-వేడితి-చేరితి-శ్రీపతి ॥ హా ॥

2. పాలిత భక్తజనా-పావన ॥ పా ॥
బాలుడనంటిని-పాలింపుమంటిని ।
ఏల స-న్నేల రా-వేల వా-దేలరా ॥ హా ॥

3. భాసుర తెక్రపుర-నివాస ॥ భా ॥
దాసమనోహరా-దయజూడవేలరా ।
భాసురో-ల్లాస సూ-ర్దాసహ్యా-ద్వాసకా ॥ హా ॥

శ్రీ. శ్రీ. శ్రీ.

శ్రీరాంజీ ప్రెస్, బందరు — 1,500 - 27-9-1932.

www.ingramcontent.com/pod-product-compliance
Lightning Source LLC
LaVergne TN
LVHW080054220825
819277LV00039B/716
* 9 7 8 1 1 4 9 8 8 8 3 2 2 *